Saan Nanggaling ang Mga Sanggol?

Marcy Schaaf

Tagalog

Saan nagmula ang mga sanggol?

Ang matamis at simpleng kuwentong ito ay nakakatulong na ipaliwanag sa maliliit na bata na ang lahat ng mga sanggol ay isang mahalagang regalo mula sa Diyos. Sa pamamagitan ng malumanay na mga salita at maibiging mga ilustrasyon ay sinasagot ang tanong ng maraming bata kapag may dumating na bagong kapatid na lalaki o babae.

Perpekto para sa mga batang mambabasa, ang aklat na ito ay isang taos-pusong paraan upang ipagdiwang ang kagalakan at pagmamahal na dulot ng bagong sanggol, na nagpapaalala sa ating lahat na ang bawat bata ay isang espesyal na regalo mula sa itaas.

Isang malambot na kuwento para sa mga pamilya na tinatanggap ang isang bagong sanggol!

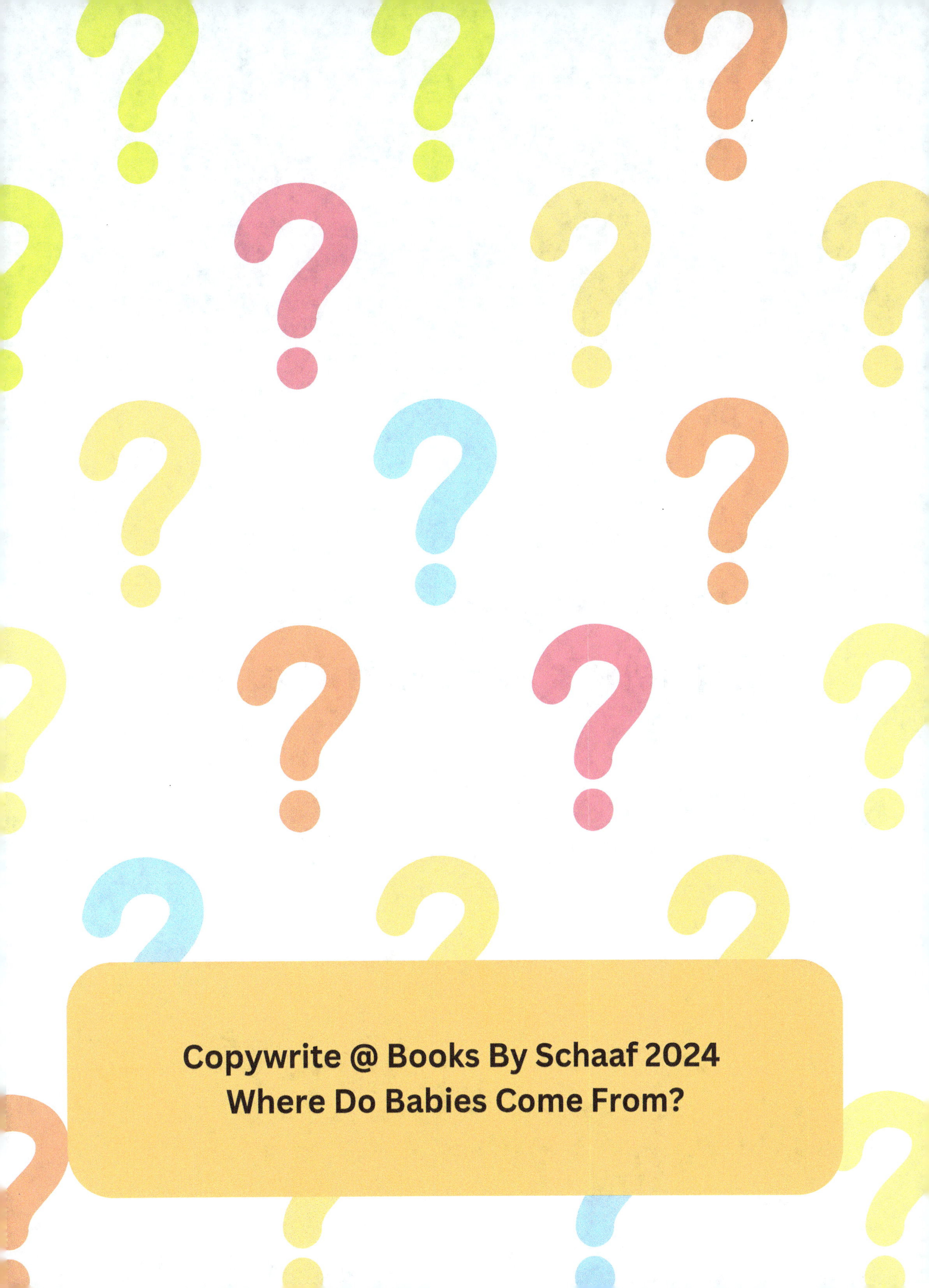
Copywrite @ Books By Schaaf 2024
Where Do Babies Come From?

In the sky so high above.
God sends babies full of love.

Sa langit na napakataas. Nagpapadala ang Diyos ng mga sanggol na puno ng pagmamahal.

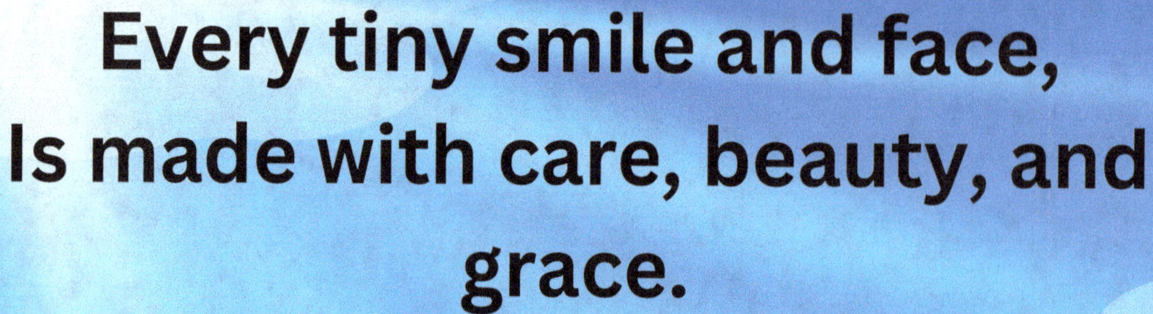

Every tiny smile and face,
Is made with care, beauty, and
grace.

Bawat munting ngiti at mukha, Ay ginawa nang may pag-iingat, kagandahan, at biyaya.

God whispers in the clouds so bright.
"Here's a gift for hearts so light."

Bumubulong ang Diyos sa mga ulap na napakaliwanag.
"Narito ang isang regalo para sa mga pusong napakagaan."

From the stars, He shapes their toes.
Their tiny hands and little nose.

Mula sa mga bituin, hinuhubog
Niya ang kanilang mga daliri sa paa.
Ang maliliit nilang kamay at maliit
na ilong.

He fills their hearts with joy and cheer.
And makes sure love is always near.

Pinupuno niya ang kanilang mga
puso ng galak at saya.
At tinitiyak na laging malapit ang
pag-ibig.

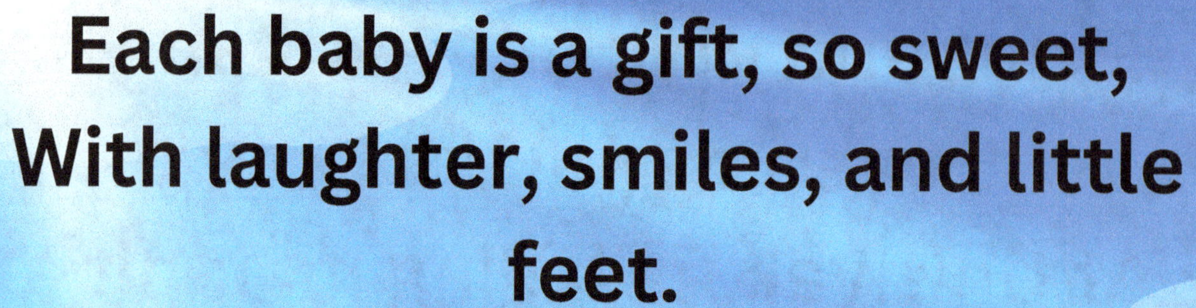

Each baby is a gift, so sweet,
With laughter, smiles, and little feet.

Ang bawat sanggol ay isang regalo, napakatamis, Sa pagtawa, ngiti, at maliliit na paa.

God sends them down for all to
see.
Wrapped in warmth and family.

Ibinaba sila ng Diyos para makita
ng lahat.
Binalot ng init at pamilya.

In every baby, new and small.
There's a piece of God for all.

Sa bawat sanggol, bago at maliit.
Mayroong isang piraso ng Diyos
para sa lahat.

He sends them down with love so bright.
To fill our days and warm our nights.

Ibinaba niya sila nang may pagmamahal na napakaliwanag. Upang punan ang ating mga araw at painitin ang ating mga gabi.

Babies come from God's own heart.
A special gift, a perfect start.

Ang mga sanggol ay nagmula sa sariling puso ng Diyos.
Isang espesyal na regalo, isang perpektong simula.

From heaven's hands, He lets
them go.
To families waiting here below.

Mula sa mga kamay ng langit,
pinalaya Niya sila.
Sa mga pamilyang naghihintay
dito sa ibaba.

In Mommy's arms, they softly lay.
God's love shining every day.

Sa mga bisig ni Mommy, marahan
silang nahiga.
Ang pag-ibig ng Diyos ay
nagniningning araw-araw.

With Daddy's hugs and gentle
care.
God's gift grows strong
everywhere.

Sa mga yakap at magiliw na pag-
aalaga ni Daddy.
Ang kaloob ng Diyos ay lumalakas
sa lahat ng dako.

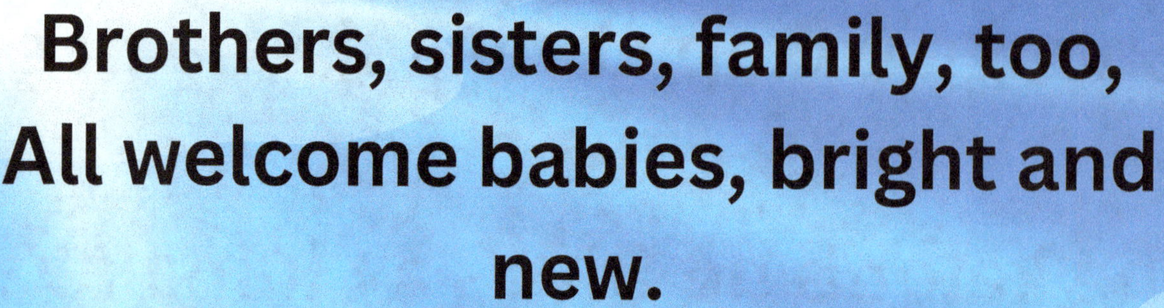

Brothers, sisters, family, too,
All welcome babies, bright and
new.

Mga kapatid, mga kapatid,
pamilya, din, Lahat ay malugod na
mga sanggol, matingkad at bago.

God's love fills the house with light.
Making everything feel just right.

Ang pag-ibig ng Diyos ay pumupuno sa bahay ng liwanag. Ginagawang tama ang lahat.

So when you ask,
"Where did you come from?"
Just know, you're God's special
one.

Kaya kapag tinanong mo, "Saan ka nanggaling?" Basta alam mo, ikaw ay espesyal sa Diyos.

God sent you here, full of grace.
To find your home, your perfect place.

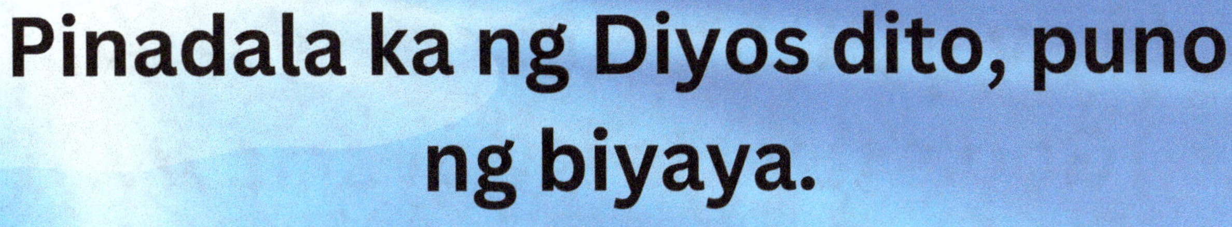

Pinadala ka ng Diyos dito, puno
ng biyaya.
Upang mahanap ang iyong
tahanan, ang iyong perpektong
lugar.

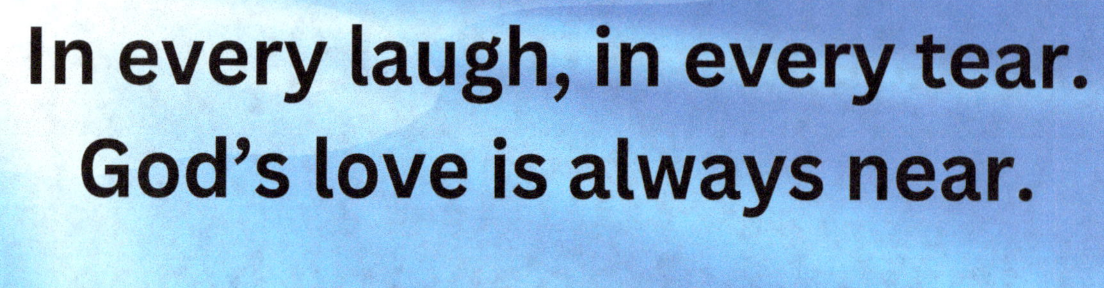

In every laugh, in every tear.
God's love is always near.

Sa bawat pagtawa, sa bawat pagluha.
Ang pag-ibig ng Diyos ay laging malapit.

So cuddle close and hug real tight.
God's gifts are pure and full of light.

Kaya yakap yakap at yakapin ng
mahigpit.
Ang mga regalo ng Diyos ay
dalisay at puno ng liwanag.

You came from love, from God
above.
Sent to fill our hearts with love.

Nagmula ka sa pag-ibig, mula sa Diyos sa itaas.
Ipinadala upang punuin ang ating mga puso ng pagmamahal.

Each baby's special, one of a kind.
A gift from God for hearts to find.

Ang bawat sanggol ay espesyal,
isa sa isang uri.
Isang regalo mula sa Diyos para
mahanap ng mga puso.

He made you perfect, made you true.
And sent you down for me and you.

Ginawa ka niyang perpekto,
ginawa kang totoo.
At pinababa ka para sa akin at sa
iyo.

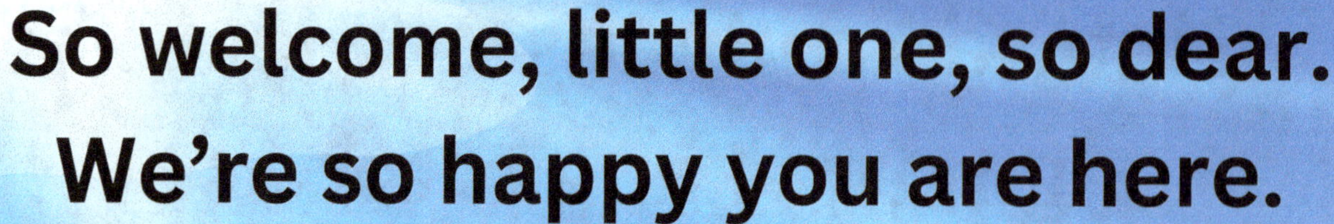

So welcome, little one, so dear.
We're so happy you are here.

Kaya maligayang pagdating,
maliit na bata, mahal na mahal.
Masaya kaming narito ka.

God's love shines in every child.
In every grin, soft and mild.

Nagniningning ang pagmamahal
ng Diyos sa bawat bata.
Sa bawat ngiti, malambot at
banayad.

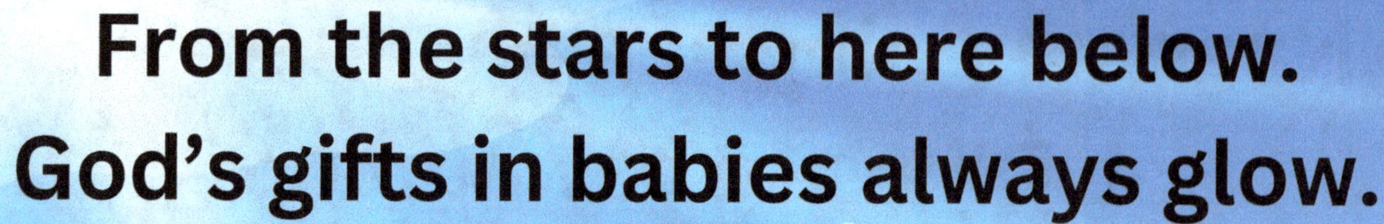

From the stars to here below.
God's gifts in babies always glow.

Mula sa mga bituin hanggang dito sa ibaba.
Ang mga regalo ng Diyos sa mga sanggol ay laging kumikinang.

So when you see a baby small.
Know God sent them to love us
all.

Kaya kapag nakakita ka ng isang
sanggol na maliit.
Alam mong ipinadala sila ng Diyos
para mahalin tayong lahat.

In their laughter, in their eyes.
God's love dances like the skies.

Sa kanilang pagtawa, sa kanilang mga mata.
Ang pag-ibig ng Diyos ay sumasayaw na parang langit.

Babies come from God, it's true.
A little gift, just for you.

Ang mga sanggol ay nagmula sa
Diyos, ito ay totoo.
Isang munting regalo, para lang
sayo.

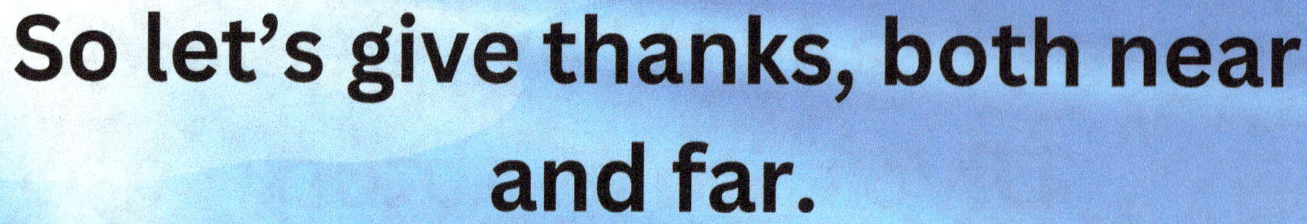

So let's give thanks, both near
and far.
For God's bright gifts, like shining
stars.

Kaya't magpasalamat tayo, kapwa malapit at malayo.
Para sa maliwanag na mga regalo ng Diyos, tulad ng nagniningning na mga bituin.

Remember always, every day.
God's love sent you here to stay.

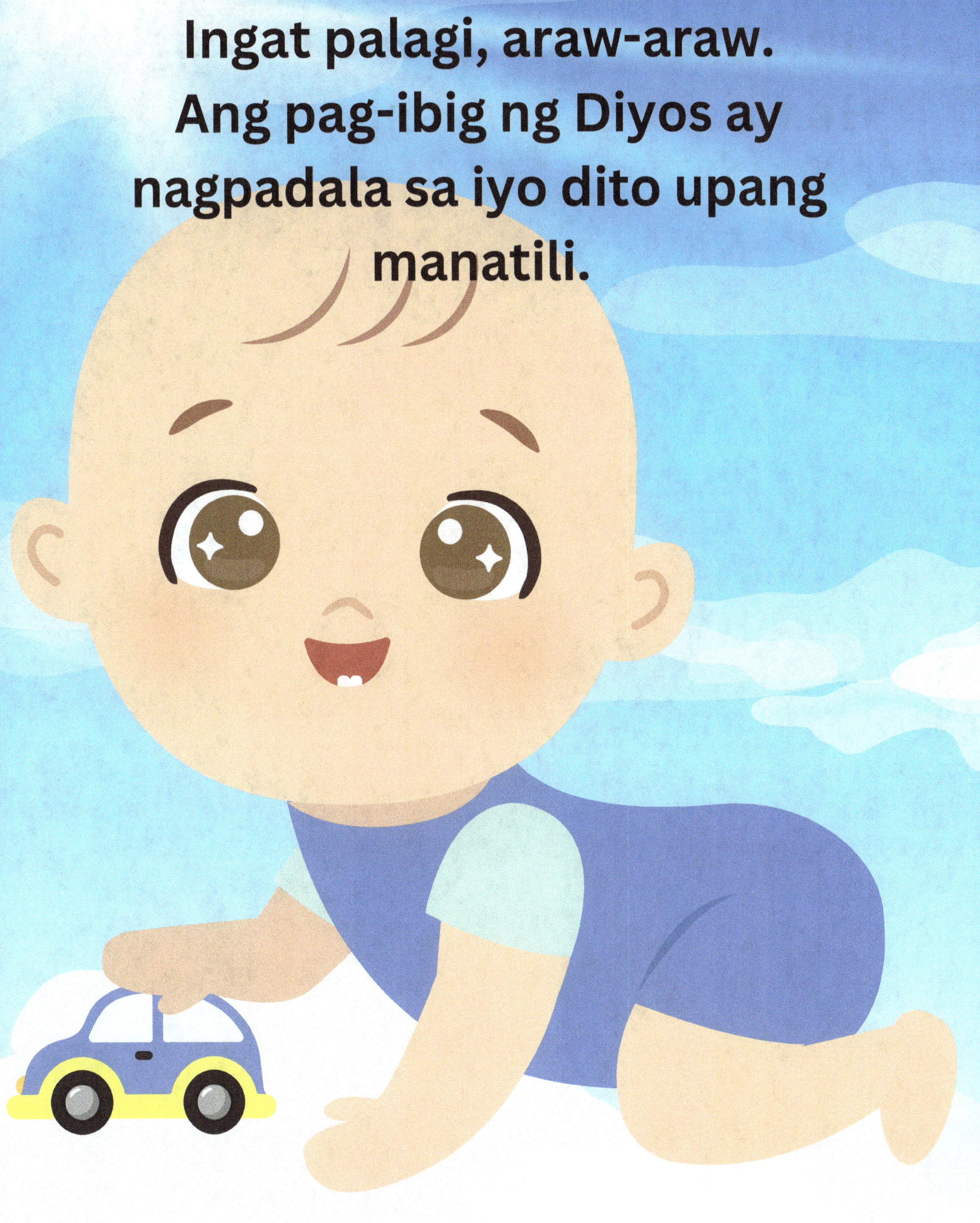

Ingat palagi, araw-araw.
Ang pag-ibig ng Diyos ay
nagpadala sa iyo dito upang
manatili.

Hold them close, feel their light.
God's gift of love shining bright.

Hawakan sila, damahin ang
kanilang liwanag.
Ang regalo ng Diyos na pag-ibig
ay nagniningning.

Thank you, God, for babies so sweet.
Your perfect gift makes life complete.

Salamat, Diyos, para sa mga sanggol na napaka-sweet. Ang iyong perpektong regalo ay nagpapakumpleto ng buhay.

Join Our Book of the Month Club!

Looking for the perfect gift that keeps on giving? Join our Book of the Month Club! For just $25 a month, or $250 if you purchase a year upfront, you or your loved ones will receive a handpicked children's book every month, straight to your doorstep.

Here's how it works:
Choose from 15 different languages to receive bilingual books that make learning fun.
Enjoy monthly shipments of our exclusive books that inspire, teach, and entertain children of all ages.
Each month's book is carefully selected to provide a new adventure, valuable lesson, and a chance to explore cultures from around the world.
It's the perfect gift for birthdays, holidays, or just because! Whether you're nurturing a young reader or encouraging language learning, our Book of the Month Club is designed to bring joy to every bookshelf.

Exclusive Bonus: As part of your membership, you'll also receive a monthly podcast about our featured book delivered straight to your email! Listen in for behind-the-scenes insights, fun facts, and tips for making storytime even more magical.

Sign up today at www.Booksbyschaaf.com and start enjoying the gift of reading all year long!

Sumali sa Aming Book of the Month Club!

Naghahanap ng perpektong regalo na patuloy na nagbibigay? Sumali sa aming Book of the Month Club! Sa halagang $25 lamang sa isang buwan, o $250 kung bibili ka ng isang taon nang maaga, ikaw o ang iyong mga mahal sa buhay ay makakatanggap ng napiling aklat na pambata bawat buwan, diretso sa iyong pintuan.

Narito kung paano ito gumagana:
Pumili mula sa 15 iba't ibang wika upang makatanggap ng mga bilingual na aklat na nagpapasaya sa pag-aaral.
Tangkilikin ang buwanang pagpapadala ng aming mga eksklusibong aklat na nagbibigay-inspirasyon, nagtuturo, at nagbibigay-aliw sa mga bata sa lahat ng edad.
Maingat na pinipili ang aklat ng bawat buwan upang magbigay ng bagong pakikipagsapalaran, mahalagang aral, at pagkakataong tuklasin ang mga kultura mula sa buong mundo.
Ito ang perpektong regalo para sa mga kaarawan, pista opisyal, o dahil lang! Nag-aalaga ka man ng isang batang mambabasa o naghihikayat sa pag-aaral ng wika, ang aming Book of the Month Club ay idinisenyo upang magdala ng kagalakan sa bawat bookshelf.

Eksklusibong Bonus: Bilang bahagi ng iyong membership, makakatanggap ka rin ng buwanang podcast tungkol sa aming itinatampok na aklat na direktang inihatid sa iyong email! Makinig para sa mga behind-the-scenes na insight, nakakatuwang katotohanan, at mga tip para gawing mas kaakit-akit ang oras ng kuwento.

Mag-sign up ngayon sa www.Booksbyschaaf.com at simulang tamasahin ang regalo ng pagbabasa sa buong taon!

Books By Schaaf

www.BookBySchaaf.com

Find us at: